ചോണനുറുമ്പും പൊടിയരിയും

Chonanurumbum Podiyariyum
Children's Literature

Rajagopalan Nattukal

CHINTHA PUBLISHERS
Thiruvananthapuram

First Edition
June 2019

Third Impression
November 2021

Second Edition
February 2022

Second Impression
February 2023

Published
Chintha Publishers, Thiruvananthapuram

Printed at
Time Offset Printers, Thiruvananthapuram

Cover Design
Vinod Mangoes

ISBN - 978-93-88485-65-4

CR - 3112 / 6339

Email: chinthapublishers@gmail.com
Website: www.chinthapublishers.com

A version is available at National Libraries
Kolkata, Mumbai, Chennai and Delhi

Distribution
DESHABHIMANI BOOKHOUSE
H O Thiruvananthapuram 695035

Branch
Head Office Kunnukuzhi • Statue Thiruvananthapuram
KSRTC Bus Terminal Thampanoor • Saphalyam Complex Thiruvananthapuram
KSRTC Bus Station Alappuzha • KSRTC Bus Station Ernakulam
Machingal Lane Thrissur • IG Road Kozhikode
Mavoor Road Kozhikode • NGO Union Building Kannur
Central Bus Terminal Complex Thavakkara Kannur

ചോണനുറുമ്പും പൊടിയരിയും

(നഴ്സറി-ലോവർ പ്രൈമറി ക്ലാസുകളിലെ കുട്ടികൾക്കുള്ള കഥാകാവ്യങ്ങൾ)

രാജഗോപാലൻ നാട്ടുകൽ

ചിന്ത പബ്ലിഷേഴ്സ്
തിരുവനന്തപുരം-695 035

രാജഗോപാലൻ നാട്ടുകൽ

1958 ജൂലായ് 8 ന് പാലക്കാട് ജില്ലയിലെ തച്ചനാട്ടുകരയിൽ ജനിച്ചു. അച്ഛൻ: കുട്ടൻ, അമ്മ: ജാനകി.
1981 മുതൽ തച്ചനാട്ടുകര എം എൽ ജി എം യു പി സ്കൂളിൽ (ലെഗസി എ യു പി എസ്) 34 വർഷം അദ്ധ്യാപകനായി ജോലിചെയ്തു. 2015 ഏപ്രിൽ 30 ന് വിരമിച്ചു.
2001 ലെ ശ്രീകൃഷ്ണപുരം പാണേക്കാട്ട് ശങ്കര സ്മാരക കവിത അവാർഡ്, 2010 ലെ പൂന്താനം കവിത അവാർഡ് എന്നിവ ലഭിച്ചു.
കൃതികൾ: *കളിവിളക്ക്* (കവിതാ സമാഹാരം), *കടുക്, അത്തിമരത്തിലെ കിളി, ചിരുതയും ചിരവയും, പഴഞ്ചൊല്ലും ശൈലിയും, അമ്മുവും തുമ്പിയും, കവിതമിഠായികൾ, അമ്പിളിത്തോണി, കലേടത്തി, കരിയുന്ന മണ്ണ്, പുകയുന്ന ആകാശം, തുമ്പത്തിരി, കണ്ണപ്പനും ഉണ്ണിയപ്പവും* (ബാലസാഹിത്യം), ഭാഷ കൊണ്ട് കളിക്കാം.

ഭാര്യ : വി എൻ സരോജനി
മക്കൾ : അർജുൻ, അഞ്ജു
വിലാസം : കാരയിൽ പുറം,
തച്ചനാട്ടുകര, പാലോട് പി ഒ
മണ്ണാർകാട് കോളേജ് വഴി
പാലക്കാട് - 678 583
ഫോൺ : 04924-236144, 9447090250

ഉള്ളടക്കം

പ്രസാധകക്കുറിപ്പ്

പ്രൈമറി-ലോവർ പ്രൈമറി കുട്ടികൾക്കുവേണ്ടി രചിക്കപ്പെട്ട കുട്ടിക്കവിതകളാണ് *ചോണനുറുമ്പും പൊടിയരിയും.* രാജഗോപാലൻ നാട്ടുകൽ എന്ന കവിയുടെ രചനാപാടവം ഇവിടെ ദൃശ്യമാവുന്നു. കുട്ടികൾക്ക് ഈണത്തിൽ ചൊല്ലാനും മുതിർന്ന വർക്ക് ചൊല്ലിക്കൊടുക്കാനും ഉതകുന്ന വിധമാണ് ഈ കഥാകാവ്യങ്ങൾ. കുട്ടികളുടെ ഭാവനയെ ഉണർത്താനും അക്ഷരങ്ങൾ ഉറയ്ക്കാനും ഈ പുസ്തകം സഹായകമാവും.

ചിന്ത പബ്ലിഷേഴ്സ്

ആമുഖം

ചെറിയ കുട്ടികൾക്കു വേണ്ടിയെഴുതിയ നാലു ഖണ്ഡകാവ്യങ്ങളാണ് ഈ പുസ്തകത്തിൽ ഉൾപ്പെടുത്തിയിരിക്കുന്നത്.

ഖണ്ഡകാവ്യങ്ങളോ? അതും ചെറിയ കുട്ടികൾക്ക്? ഇത്തരം ചോദ്യങ്ങൾ സ്വാഭാവികമായും മുതിർന്നവരിൽ നിന്ന് ഉയർന്നു വന്നേക്കാം. എന്നാൽ ഇവ കുട്ടികൾക്കു രസിക്കാൻ പാകത്തിലുള്ള കഥാകാവ്യങ്ങളാണ്. അതിനാൽ നഴ്സറി പ്രായത്തിലുള്ളവർക്കും ലോവർ പ്രൈമറി വിഭാഗം കുട്ടികൾക്കും ഇത് ഉപകരിക്കും. നഴ്സറി വിഭാഗം കുട്ടികൾക്ക് രക്ഷിതാക്കളോ അദ്ധ്യാപകരോ രണ്ടോ മൂന്നോ തവണയെങ്കിലും ഈണത്തിൽ ചൊല്ലിക്കൊടുക്കണമെന്നു മാത്രം.

ഏകദേശം നാല്പതു വർഷം കുട്ടികൾക്കു വേണ്ടി എഴുതുകയും ദീർഘകാലത്തെ അദ്ധ്യാപക ജീവിതത്തിനിടയിൽ വിദ്യാലയങ്ങളിൽ കുട്ടികൾക്കുവേണ്ടി നടത്തുന്ന കവിതാക്യാമ്പുകളിൽ പങ്കെടുക്കുകയും ചെയ്തിട്ടുള്ള അനുഭവം ഈ പുസ്തകത്തിന്റെ രചനയ്ക്കു സഹായിച്ചിട്ടുണ്ട്. ചൊല്ലി രസിക്കാനും നല്ല ഗുണം ഉൾക്കൊള്ളാൻ സഹായിക്കുകയും

ചെയ്യുന്ന കവിതകൾ കുട്ടികൾ സ്വീകരിക്കുമെന്ന കാര്യത്തിൽ തർക്കമില്ല. *ചോണനുറുമ്പും പൊടിയരിയും* എന്ന ഈ കുഞ്ഞു സമാഹാരം കുട്ടികൾ സ്വീകരിക്കുമെന്ന വിശ്വാസത്തോടെ കൈരളിക്കു മുമ്പിൽ സമർപ്പിക്കുന്നു.

രാജഗോപാലൻ നാട്ടുകൽ

ചോണനുറുമ്പും പൊടിയരിയും

അന്തിമയങ്ങിയ നേരത്തൊരുനാൾ
തിന്നാനൊന്നും കിട്ടാതെ
ചോണനുറുമ്പു വലഞ്ഞു നടക്കേ
കണ്ടൂ പൊടിയരിയൊന്നകലെ!

ഓടിച്ചെന്നതെടുത്തൂ, മാളം
പൂകാനായി നടക്കുമ്പോൾ
ചന്തം ചേർന്നൊരു നെടിയരി കണ്ടൂ
ചോണനുറുമ്പിനു കൊതിയായി!

'ഇന്നും നാളെയുമുണ്ണാനുണ്ടിത്!'
സന്തോഷത്താൽ ചെറുചോണൻ
പൊടിയരിയിട്ടങ്ങോടിപ്പോയീ
നെടിയരി കണ്ടയിടത്തേക്കായ്!

പെരുത്ത ഭാരം സഹിച്ചു കൊണ്ടേ
നെടിയരി തൂക്കി നടക്കുമ്പോൾ
കണ്ടൂ നല്ലൊരു ബിസ്കറ്റകലെ
തുള്ളിച്ചാടിയുറുമ്പുടനെ!

ഓർക്കാൻ വയ്യാ, കൊതിയനു വായിൽ
വെള്ളം പെരുകി വരുന്നുണ്ടേ
ഒട്ടും സമയം കളയാതോടീ
ബിസ്കറ്റിന്റെയടുത്തേക്കായ്!
എന്തു വലുപ്പം, താങ്ങാൻ വയ്യിതു
വയ്യ,യിളക്കിയിടാൻ പോലും!

നെടിയരി തന്നെ യെടുക്കാമെന്ന്
കരുതീ ചോണൻ ചെന്നപ്പോൾ
അരിയില്ലവിടെ, ചുറ്റി നടന്നു
തെരുതെരെ നോക്കി പാവത്താൻ

കണ്ടൂ വേറൊരുറുമ്പാ നെടിയരി
കഷ്ടപ്പെട്ടു ചുമക്കുന്നൂ!
ഖേദത്തോടെ നടന്നൂ വേഗം
പൊടിയരിയിട്ടയിടത്തേക്കായ്!
കണ്ടില്ലവിടെ പൊടിയരി, യാരോ
മുൻപേ കൈക്കലതാക്കിപ്പോയ്!

തിങ്ങിന ഖേദത്തോടെയുറുമ്പ്
ബിസ്ക്കറ്റ് തന്നെ യെടുപ്പാനായ്
ഒന്നും കൂടി ശ്രമിച്ചീടാമെ-
ന്നുള്ളിൽക്കരുതിച്ചെന്നപ്പോൾ
ബിസ്കറ്റെവിടെ? കട്ടുറുമ്പതാ
കടിച്ചു തൂക്കിപ്പോകുന്നൂ!

ഗതികേടിങ്ങനെ വന്നതുമൂലം
കടുത്ത ദുഃഖം പൂണ്ടൊടുവിൽ
ഒഴിഞ്ഞ വയറും തടവീ ചോണൻ
നടന്നു മാളം പൂകാനായ്!

ആന പോലെ!

ആന പോലെ കച്ചിക്കൂന*
കോണിയിങ്ങെടുക്കെടോ!
കോണി വെച്ചു കേറിക്കേറി
ആനപ്പുറത്തെത്തെടോ!

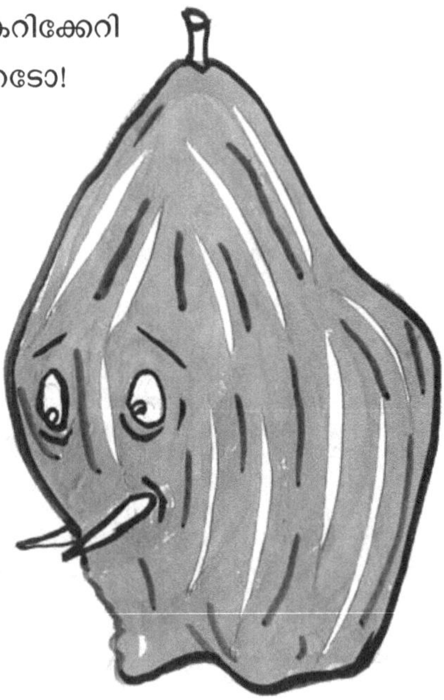

* വൈക്കോൽ കൂന

ആനപ്പാപ്പാനെന്ന മട്ടിൽ
ആനയെ നടത്തെടോ!
ഒന്നാം പാപ്പാൻ രണ്ടാം പാപ്പാൻ
മൂന്നാം പാപ്പാനുണ്ടെടോ!

രാജഗോപാലൻ നാട്ടുകൽ

ഒന്നും രണ്ടും മൂന്നുമല്ല
ഒത്തിരിപ്പേരുണ്ടെടോ!
ആനയ്ക്കെന്തോ കുറുമ്പുണ്ടോ?
ആടിയാടി നില്ക്കയോ?!

ആനക്കുറുമ്പിന്നു തീർക്കാം,
തോട്ടിയിങ്ങെടുക്കെടോ!
തോട്ടി വേണ്ടാ, 'തോട്ടി'യെന്നു
കേട്ടാലാന ചീറിടും!
തുമ്പി കൊണ്ടു ചുറ്റി നമ്മെ
തോട്ടു വക്കിൽ കൊണ്ടിടും

വടിയെടുത്തിട്ടാനമുതുകിൽ
തുരുതുരെയിടിച്ചിടാം!
'നട നടാനേ..'യെന്നു ചൊല്ലി
'പട പടാ'ന്നടിച്ചിടാം!

ഒന്നേ രണ്ടേ മൂന്നേ നാലേ
അഞ്ചേ ആറേ ഏഴടി!
എട്ടേ ഒമ്പതേ പത്തേയെന്ന്
'പൊത്തോം പൊത്തോം' പത്തടി!

ആഞ്ഞു വീക്കു വീക്കിയപ്പോൾ
ആന താഴെ വീണെടോ!
കൊമ്പനാനയ്ക്കൊപ്പം ഞങ്ങൾ
പാപ്പാന്മാരും വീണെടോ!

മുന്നിലേക്കും പിന്നിലേക്കും
മുമ്മൂന്നു പേർ വീണെടോ!
ബാക്കിയുള്ളോർ അപ്പുറത്ത്
മൂക്കും കുത്തി വീണെടോ!
കാലൊടിഞ്ഞും കൈയൊടിഞ്ഞും
നടുവൊടിഞ്ഞും പോയെടോ!

അച്ഛനെത്താം, അമ്മയെത്താം
കിട്ടിയേക്കാം രണ്ടടി!
അപ്പോഴേക്കും കച്ചി വാരി
മുറ്റത്തങ്ങു കൂട്ടെടോ!

ആന ചേന പൂന കൂന
കച്ചിക്കൂന തീർക്കെടോ!
ആടിയാടി നിന്നിടാതെ
വേല വേഗം ചെയ്യെടോ!

പാലം

ചെറുതോട്ടിന്നക്കരെ
കുറുക്കന്റെ വീട്,
ചെറുതോട്ടിന്നിക്കരെ
കുരങ്ങന്റെ വീട്!

അക്കരെയുമിക്കരെയും
ചങ്ങാതിമാർ നിന്നൂ
കുറുക്കനോ തോട്ടിൽ നോക്കീ-
ട്ടുറക്കനെ പറഞ്ഞൂ:

'കരയിലേക്കടുക്കുന്ന
ചെറുതിര കണ്ടോ?
ഇതുപോലെ പിരിയാത്ത
കൂട്ടുകാരനായ് നമ്മൾ!
ഇടയ്ക്കിടയ്ക്കടുക്കേണ്ടേ
പുതുക്കേണ്ടേ ബന്ധം?'

‘അതിന്നെന്താ ചെറുതോട്ടിൽ
ഒരു പാലം കെട്ടാം,
ഉറപ്പുള്ള മരപ്പാലം
നമുക്കൊന്നു തീർക്കാം!’

ചെറുതോട്ടിൻ കരയിലെ
തടിയെല്ലാം വെട്ടി
കുറുക്കനും കുരങ്ങനും
മരപ്പാലം തീർത്തു!

പകലൊക്കെ കുരങ്ങൻ, തൻ
കുടുംബത്തോടൊപ്പം
പല നാട്ടിലലഞ്ഞല-
ഞ്ഞിര തേടിയെത്തും!

കുറുക്കനും കുടുംബവും
കുരവയിട്ടാർത്ത്
കരിങ്കോഴികളുമായി
പറ പറന്നെത്തും!

പലതരം കറികളും
പലഹാരമെല്ലാം
പകുത്തിട്ടും കഴിച്ചിട്ടും
പലകാലം പോയീ!

ഒരു ദിനം കുറുക്കനീ
മരപ്പാലത്തിന്മേൽ
അടിവച്ചു നടക്കുമ്പോൾ
കുരങ്ങച്ചൻ ചൊല്ലീ

"കരുത്തുള്ള മരപ്പാലം
ചമയ്ക്കുവാൻ പണ്ടു
തടി ചുമന്നതിനാലെൻ
ചുമലെത്ര നൊന്തൂ?"

കുരങ്ങനീ പാലത്തിന്മേൽ
കയറിയ നേരം
കുറുക്കനൊന്നോരിയിട്ടു
ഉറക്കനെ പറഞ്ഞൂ

"കരിവീട്ടീ മുറിച്ചു ഞാൻ
കരുത്തുള്ളതാക്കീ,
വിയർപ്പെത്രയൊഴുക്കി ഞാൻ
അഴകുള്ളതാക്കീ!"

കുരങ്ങനോ ദേഷ്യം വന്നൂ
മരപ്പാലത്തിന്മേൽ
തെരു തെരെ 'ചടപടാ'-
ന്നുയരത്തിൽ ചാടീ!

തടിപ്പാലം മുറിഞ്ഞയ്യോ
ചെറുതോട്ടിൽ വീണൂ!
കുരങ്ങനോ തെളിനീരിൽ
'ബുളും ബുളും' തുഴഞ്ഞൂ!

കുരങ്ങന്റേം കുറുക്കന്റേം
കുടുംബങ്ങൾ കരഞ്ഞൂ
കരയുമ്പോൾ കുറുക്കനോ
പതുക്കനെ പറഞ്ഞൂ:

തെരുതെരെ തുഴയെടോ
ചെറുതോടും പുഴയും
കടന്നുപോയ് കുരങ്ങച്ചാ
കടലിലേക്കിറങ്ങ്!

ഉറപ്പൊട്ടും കുറയാത്ത
തടിയാണു മോനേ,
കരിവീട്ടിത്തടി കൊണ്ടു
കടൽപ്പാലം കെട്ടാം!!

കുറച്ചിട കഴിഞ്ഞപ്പോൾ
അകലെ നിന്നയ്യാ
കുരങ്ങനോ ഓടിവന്ന്
ചുമച്ചോണ്ടു ചൊല്ലീ:

'പരിഹാസം വേണ്ട മോനേ,
കരക്കാരു കേൾക്കും!
തുഴഞ്ഞിട്ടും തുഴയാതേം
കര പറ്റീ മോനേ!"

ഇരുവരും കെട്ടിപ്പിടി-
ച്ചുറക്കനെ ചൊല്ലീ:
ഇനി നമ്മളൊരിക്കലും
പിരിയില്ല സത്യം!
ഉറപ്പുള്ളതൊരു പാലം
നമുക്കിന്നു തീർക്കാം!!

ഉണ്ണി

അങ്ങു പടിഞ്ഞാറേ മാനത്ത്
പൊന്തിയ തീനാളമെങ്ങു പോയീ?
കാക്കകൾ 'കാകാ' കരഞ്ഞുകൊണ്ട്
കൂട്ടിലേക്കെല്ലാം പറന്നുപോയീ!

രാജഗോപാലൻ നാട്ടുകൽ

വാഴത്തൊടികളിലോടിയോടി
വാലിട്ടടിച്ചുള്ളോരമ്മയണ്ണാൻ
തേനുണ്ടു വീർത്ത വയറുമായി
തേന്മാവിൽക്കേറി മയക്കമായീ!

എങ്ങോ നടന്നു നടന്നലഞ്ഞ്
കിട്ടിയതൊക്കെയും തിന്നുതിന്ന്
കുഞ്ഞുങ്ങൾക്കമ്മിഞ്ഞപ്പാൽ കൊടുത്ത്
പൂച്ചമ്മ കൂർക്കം വലിച്ചുറങ്ങി

മണ്ണു കുഴച്ചു പടുത്ത വീട്
ഒറ്റമുറി മാത്രമുള്ള വീട്
വീട്ടിന്നകത്തൊരുപ മൂല തന്നിൽ
കുന്തിച്ചിരിക്കയാണുണ്ണിയിപ്പോൾ!

മുത്തശ്ശി ഉണ്ണിക്കരികിൽ വന്ന്
നെറ്റിയിലുമ്മ കൊടുത്തിടുന്നൂ
ഉണ്ണിയെ മെല്ലെ തലോടിടുന്നൂ
'നാമം ജപിച്ചുവോ' ചോദ്യമായീ

ഉണ്ണിക്കു സങ്കടമായി, ഒന്നും
മിണ്ടുവാൻ പറ്റാതിരുന്നു പോയീ!
മുത്തശ്ശിതൻ മടിത്തട്ടിലേറി
ഇത്തിരി നേരമിരുന്നു തേങ്ങീ!

തേങ്ങിക്കിടന്നങ്ങുറങ്ങിയുണ്ണി
പിന്നെയുറക്കം തെളിഞ്ഞനേരം
മുത്തശ്ശി തന്നുടെ കാതിലൊന്നിൽ
ചുണ്ടു ചേർത്തിങ്ങനെ ചോദിക്കയായ്

'എന്നച്ഛനെങ്ങുപോയ് മുത്തശ്ശീ, ഞാൻ
ഇന്നോളമച്ഛനെ കണ്ടതില്ലാ!....
എന്നമ്മയെങ്ങു പോയ് മുത്തശ്ശീ, ഞാൻ
ഇന്നോളമമ്മയെ കണ്ടതില്ലാ!..."

ഉണ്ണിതൻ മൂർദ്ധാവിൽ തൊട്ടുഴിഞ്ഞ്
മുത്തശ്ശിയിങ്ങനെ ചൊല്ലിടുന്നൂ
ഉണ്ണിതന്നച്ഛൻ മരിച്ചുപോയീ...
അമ്മയും പിന്നെ മരിച്ചുപോയീ..
ഉണ്ണിക്കു മുത്തശ്ശി മാത്രമല്ലോ,
മുത്തശ്ശിക്കുണ്ണിയും മാത്രമല്ലോ!

"അച്ഛനുമമ്മയും കൂടെയുണ്ടേ
'മുത്തശ്ശി'യായിട്ടെൻ കൂടെയുണ്ടേ!"
ഉണ്ണി മുത്തശ്ശിക്കൊരുമ്മ നല്കീ
പിന്നെയും തേങ്ങിക്കിടന്നുറങ്ങീ!

നാളുകൾ വീണ്ടും പോയ്, ഉണ്ണിക്കിപ്പോൾ
അഞ്ചു വയസ്സും കടന്നു പോയീ,
പള്ളികൂടത്തിലേക്കെത്തി നന്നായ്
പാഠം പഠിക്കാനും കാലമായീ!

പുത്തനൊരു ബാഗും പുസ്തകവും
നല്ല ഗുണമുള്ള പേനകളും
മുത്തശ്ശിയൊക്കെയും വാങ്ങി വന്നൂ
ഉണ്ണിയോടിങ്ങനെ ചൊല്ലിടുന്നൂ
പള്ളിക്കൂടത്തിലേക്കുണ്ണി പോരൂ
നന്നായ് പഠിച്ചു മിടുക്കനാകൂ!

മുത്തശ്ശി നീട്ടിയ കൈവിരലിൽ
ഉണ്ണി പിടിച്ചു നടന്നു നീങ്ങി
പള്ളിക്കൂടത്തിലെ സാറന്മാർക്കും
'പൊന്നുണ്ണി'യായി വളർന്നു വന്നൂ

രാജഗോപാലൻ നാട്ടുകൽ

പള്ളിക്കൂടത്തിലേക്കുണ്ണി പോയാൽ
മുത്തശ്ശിക്കാരുമേ കൂട്ടിനില്ലാ
ചെല്ലത്തിൽ നിന്നോരോ വെറ്റിലയും
കല്ലുരലിൽ വച്ചിടിച്ചു തിന്നും!

ഉണ്ണിക്കായ് മുത്തശ്ശിയപ്പം ചുട്ടൂ
ഉണ്ണിക്കായ് മുത്തശ്ശി കാത്തിരുന്നൂ
ഉണ്ണി വരാനൊട്ടു വൈകിയെങ്കിൽ
മുത്തശ്ശിക്കപ്പോഴേ കൺ നിറയും!

പള്ളിക്കൂടം വിട്ടിട്ടുണ്ണി വന്നാൽ
ഒട്ടുനേരമവർ ചേർന്നിരിക്കും
കാലും മുഖവും കഴുകി വന്ന്
മുത്തശ്ശി പിന്നെ വിളക്കു വയ്ക്കും!

ഉണ്ണി കളിച്ചു തുവർത്തി വന്ന്
മുത്തശ്ശിയോടൊപ്പം ചേർന്നിരുന്ന്
നാമം ജപിച്ചിട്ടും, പിന്നെ നന്നായ്
സ്കൂളിലെ പാഠം പഠിച്ചിരിക്കും!

ഒരുനാളിലത്താഴമുണ്ടു വേഗം
ഉണ്ണിയും മുത്തശ്ശീം പായ് വിരിച്ചൂ
പാതിരനേരം കഴിഞ്ഞു, പക്ഷേ,
ഉണ്ണിക്കുറക്കവും വന്നതില്ലാ!

"ഉണ്ണിയുറങ്ങാത്തതെന്ത്, ചൊല്ലൂ
സ്വപ്നങ്ങൾ കണ്ടതോ, പേടിച്ചതോ?
പാതിരാക്കോഴീം കിടന്നുറങ്ങീ
ഉണ്ണിക്കുറക്കം വരാത്തതെന്തേ?"

"ഒട്ടുമുറങ്ങാൻ കഴിയുന്നീലേ?
എങ്കിലെഴുന്നേറ്റിരുന്നു കൂടേ?
ചമ്രം പടിഞ്ഞങ്ങിരുന്ന്, സ്കൂളിൽ
ഇന്നു പഠിച്ചുള്ളതോർത്തുകൂടേ?"

പായിലെഴുന്നേറ്റിരുന്നോരുണ്ണി
മുത്തശ്ശിയോടായ് പറഞ്ഞിടുന്നൂ
"മുത്തശ്ശീ ഞാനൊരു പാട്ടു പാടാം!
തുമ്പിക്കൈയെൻ വണ്ടി - കേട്ടിട്ടുണ്ടോ?"

"മണ്ണു തുരന്നു കൂട്ടുന്ന വീരൻ
വമ്പൻ പെരുച്ചാഴിയെന്ന പോലെ?"
താളം പിടിച്ചുണ്ണി പാട്ടു പാടി
മുത്തശ്ശിയുച്ചത്തിലേറ്റു പാടി!

തൊട്ടയലത്തുള്ള വീട്ടിൽ നിന്നും
സ്വർണ്ണവും വെള്ളിയും പൊൻപണവും
കള്ളന്മാർ തപ്പിയെടുത്തു, ചാക്കിൽ
കെട്ടിച്ചുമന്നിങ്ങു കൊണ്ടുവന്നൂ
ഉണ്ണിതൻ വീടിന്റെ പിൻവശത്തായ്
വച്ചൂ, പലവട്ടം ചിന്തിച്ചു പോയ്!

രണ്ടുപേർ മാത്രമായുള്ള വീട്ടിൽ
പണ്ടങ്ങൾ രൂപയും കണ്ടിടാമേ!
മണ്ണിൽ ചുമരിത് കമ്പികൊണ്ട്
നന്നായിട്ടിപ്പോൾ തുരന്നിടാമേ!
എന്നു കരുതിയ കള്ളന്മാരോ
വീടിന്റെ ഭിത്തി തുരക്കയത്രേ!

"മണ്ണു തുരന്നു കൂട്ടുന്നു വീരൻ
വമ്പൻ പെരുച്ചാഴിയെന്ന പോലെ!"
പിന്നേയും പിന്നേയുമുണ്ണി പാടീ
മുത്തശ്ശിയുച്ചത്തിലേറ്റു പാടീ

‘എന്തിത്? വീട്ടിന്നകത്തു കുഞ്ഞും
മുത്തശ്ശീം പാടുന്ന പാട്ടു കേട്ടോ?’
കള്ളന്മാർ മന്ത്രിച്ചു കാതിൽ മെല്ലെ,
‘കാതോർത്തിരിക്കാം കുറച്ചുനേരം!’

“നീണ്ടോരിരുമ്പിന്റെ കോരികയും
തുമ്പിക്കൈ നീട്ടിയോരാന പോലെ!”
ഉണ്ണിയും മുത്തശ്ശീം താളമിട്ട്
ഉച്ചത്തിൽ വീണ്ടുമീപ്പാട്ടു പാടീ!

അയ്യയ്യോ, നമ്മളെക്കണ്ടിട്ടാമോ
ഉണ്ണിയും മുത്തശ്ശീം പാടിടുന്നു?
കള്ളന്മാർ ചൊല്ലുന്നൂ- കണ്ടിരിക്കാം
ഇത്തിരി നേരം നിവർന്നു നില്ക്കാം!

“ഡീസലു തീരുകിൽ നിന്നിടുമേ
കൂറ്റൻ കരിമ്പാറ നില്ക്കുംപോലെ!”
‘പിന്നെയും പാട്ടുണ്ടേ, നേരുതന്നെ!
ഒറ്റ നിമിഷവും നിന്നിടേണ്ടാ!
ഓടിക്കോ!’ കള്ളന്മാർ അമ്പുവിട്ട
മാതിരി നില്ക്കാതെയോട്ടമായി!

"കൂറ്റൻ മരങ്ങൾ പിഴുതെറിഞ്ഞ്
ഓടും മദയാനയെന്നപോലെ!"
ഉണ്ണിയും മുത്തശ്ശീം പാടിടുന്നൂ
കള്ളന്മാർ വേഗത്തിലോടിടുന്നൂ!
ഉണ്ണിയോ പാടിക്കിടന്നുറങ്ങീ
മുത്തശ്ശീം പാടിക്കിടന്നുറങ്ങീ!

പിറ്റേന്നു മുറ്റമടിച്ചീടുവാൻ
മുത്തശ്ശി വീടിന്റെ പിന്നിലെത്തീ
കള്ളന്മാർ പാതി തുരന്ന ഭിത്തി
കണ്ടപ്പോൾ മുത്തശ്ശിക്കു കൺ നിറഞ്ഞൂ

മുത്തശ്ശിയുണ്ണിയെ ചേർത്തു നിർത്തി
പിന്നെ തുരുതുരാ ഉമ്മ വച്ചൂ
"കണ്ണിനു കണ്ണായോരുണ്ണിയല്ലോ
പൊന്നിലും പൊന്നായോരുണ്ണിയല്ലോ
ഒന്നും പറഞ്ഞിടാൻ വയ്യെനിക്ക്
വീണ്ടും പഠിക്കുക പൊന്നുമോനേ!"